PREMA CHESEY ALAJADI

LOVE MAKES WORLD BEAUTIFUL

BRIANA

Copyright © Briana
All Rights Reserved.

This book has been published with all efforts taken to make the material error-free after the consent of the author. However, the author and the publisher do not assume and hereby disclaim any liability to any party for any loss, damage, or disruption caused by errors or omissions, whether such errors or omissions result from negligence, accident, or any other cause.

While every effort has been made to avoid any mistake or omission, this publication is being sold on the condition and understanding that neither the author nor the publishers or printers would be liable in any manner to any person by reason of any mistake or omission in this publication or for any action taken or omitted to be taken or advice rendered or accepted on the basis of this work. For any defect in printing or binding the publishers will be liable only to replace the defective copy by another copy of this work then available.

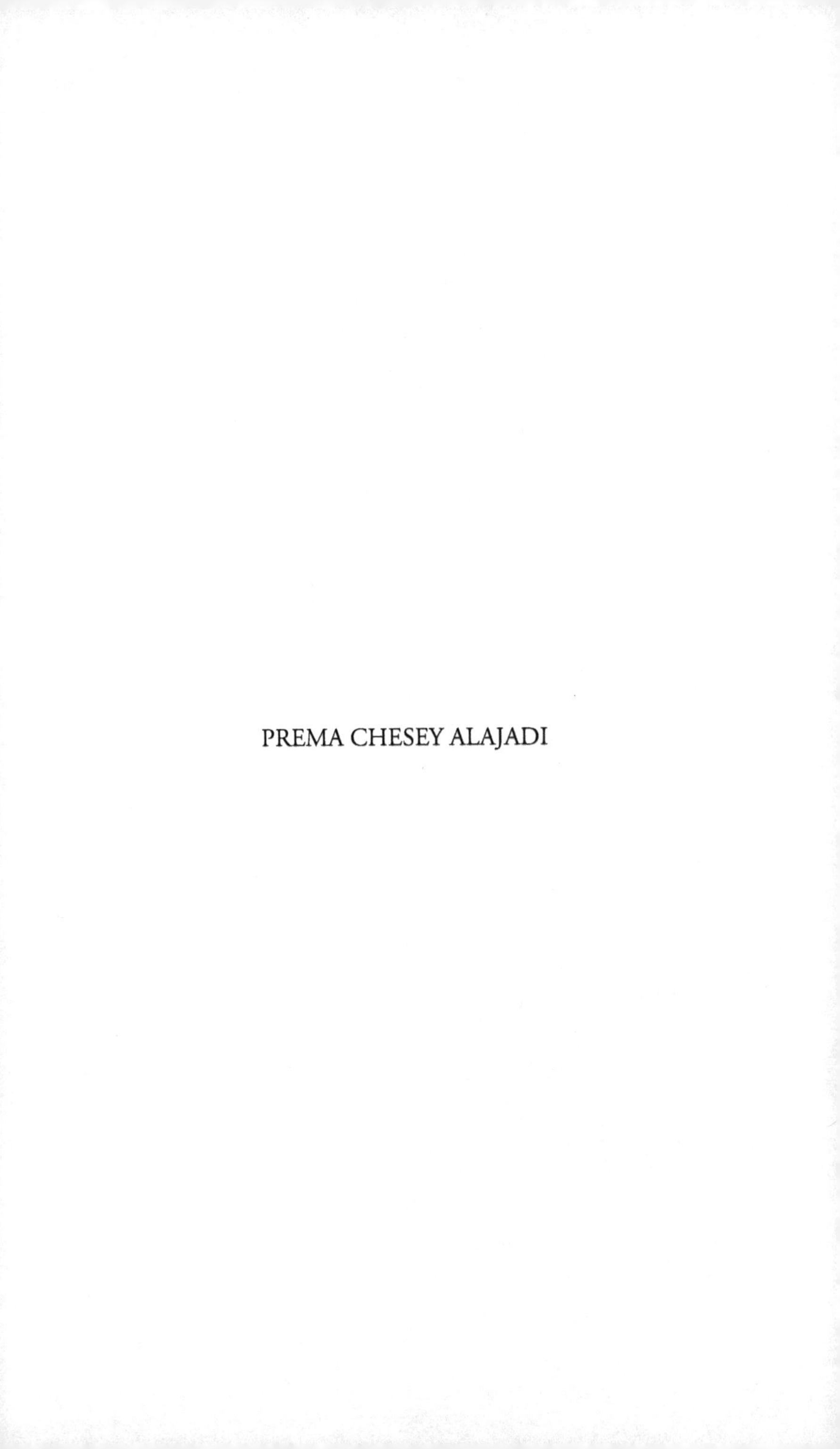

PREMA CHESEY ALAJADI

Contents

Contents

PREMA MAYAJALAM

Chinni chinni kalalu enno,,

chilipi matalu enno,,

indradhanassu lo nii rangula,

kalayika oka adbuthamey ithe..

nuvvu natho chirakalam undali,

ane na korika marooo adbutham,,

oohalu enno,

oopiri aage vedanalenno,

oo... kotte aa pakshi ki thelusu,

nuvvu na pranam anii,

veeche galiki thelusu,

neeku naku madyaloki thanu raledani,

ulikkipade na mansuki thelusu,

nuvvu na thodai untavani...

challa gali ninnu thaakalane thaha thaha

tho ni vaddaku cherukuntundi,,

mana madura gadhalanu chaatuga,...

chusey vennala kanthi,

chinnaga siggu padindhi,,

mila milaaa merisey aa

tharalu neyla jaraiii

ni chirunavvutho...!!!

NATHO NUV UNTAV ANI

Na prathi kshanamlo,

nuv unnav ane bhaavana,,

na prathi matalo,

nuv unnav ane gharshana,,

na prathi alaochanalo,

nuv nilusthavani....

na prathi spandanalo,

na prathi adugulo nuv

natho jantai untav ane,

oka chinna dhairyam,,

nene nuvvai,

nilone needaninai chirakalam,

untanu ane alochana.....

na prathi shawasey nuvvai,

nilichinappudu nuvvu leni nenu,

emaipothanemo ane bhayam,

na manasuni prathi kshanam,,

kalavara peduthundii,,,

nuv na edurai nilichinappudu,

na kannullo neepai,

dagiunna prema,

nuv na mundu lenappudu,

na kannulu chese alajadi,,

cheppaleni oo adbutham..

ni nunhci dooranga unna,

na pranam enatiki ninnu,

cherukuntundo theliyaka,

nannu anweshinchela chesthundii,,

na prema, na anweshana,

enatiki ninnu cheruthayo,

naku theliyadu kani....

avi ninnu cherinanadu matram...

na shawasa naku dooram iyyevaraku,

na pranam nannu veedey varaku,

na prema ni nunchi nannu...

dhooram kanivvadhu!!!

MANASU CHESEY ALAJADI

Rendu kannulanu veyyi kanulu chesi,

vethikanu nuv ekkada ani,,

galitho kaburu pampanu ekkada unna,

ninnu naku chupinchalanii,,

cheekatitho na ghada vedananu,,

vellabuchanu thworaga jarukommani,,

pavuramtho na moyaleni mounanni,

niku cherchamani vedukunnanuu,,

adugante na paadalaki cheppanu,

nuv dhorikevaraku alisipokudadhani..

manasuloni bhaavaalaku nerpinchanu,

thana bhaavanni yerojukii marchukovaddhaniii...

nerpanu..nerpanu,

na gundeku dhairyam nerpanu,,

gonthu aarina.....gunde jaarina,

ni kosam na manasu chese,

alajadi...cherupoddhanii..!!!

AARADINCHEY ALOCHANALU

Parugu paruguna urke manasu,

ni kosamey aaradhisthundi,,,

gunakaraitho oche alala laa

manasu nii gynapakalatho kammukundii,

ni sparsha kosam,

sogasu thananu thaanu,

marchukuntundi ani,

neeku thelusaa,,

naa manasunu thaake,

nii choopulaku thelusu,

nee paina unna ishtem enthoo,,

rojantha ni gurinchey thapinchipoye,

aa alochanalaku thelusu,

ni nunchi dooram avvadam,

entha kashtamoo,,

galipatamla yegisegisi pade,

nii chirunavvutho aaa,

suryude kallu moosadu,,

preminchina premakai nuv,

pettey parugutho aa,

ratha rasina brahmey...

ninnu sarithoogalenannaadu....!!!

INDRADHANASSU PREMA

Nuv natho kopamga unna,

nuv natho mounanga unna,

nuv natho matladatam kosam,

eduruchoosey okko nimisham,,

naku okko samvatsaram!!!

nuvvu nannu chii kottina,

nuv natho chiraku padina,,

chirunavvutho hatthukupothavemo,

ane oka chinna aasha,

cheripina cheraganii prema,,

ni oopirilo kalisina na shwasa ni kosamey!!!

nuvvu na meeda aasuya choopina,

nuvvu nannu thappu anna,,

prema ane rendu aksharalatho,

mudipadina mana bhandham,

vidagottina vidipoleni oka,

adbutha indradhanassu!!!

nuvvu natho aaligina,

nuvvu natho yuddham cheshina,

suryudini kammina mubbullaa,

na manasuni kammina niiii...

prema nakey sontham!!!

CHEYRAGANI PREMA

Enado modalaindi,

mana parichayam,

eenatiki mudiapadindi,

mana anubhavam,,

kaalam kadulunu,

kalathalu cherugunu,

kadalaleni khalam kadulunu,

kannuloni bhaavam palukunu,,

rasukunna theepi gurthulu cherugunemo,,

chandamama chilipi gurthulu maruvavemoo,,

prema panjaramlo,

chikkina pavuram,

pranam poyevaraku,

premanu maravadu,

prananiki prema avasaram,

premaki nu unnav ane,

dhairyam avasaram...

chinni chinni padalu,

palike pedavulu,

prema padaniki ardam,

thelupalevemo,,

ooha!! ane adbutha

kalayikaki...

na rendu kannulu,

chalavemo..

bhoomi,akasham cherukolenantha

dhooramuuuu kadu,

nippu neeru pattukuneantha

deggara kadu...

neepai na prema yededu jhanmalaki

viduvalenidi, maruvalenidi...!!!

PREMA LO NI MADHURA GHADA

Vethiki vethiki alisina chooputho

yegiri yegiri padina manasutho

yedadugulu veyalane chitikena velutho,

dooramtho diguluney nimpukunna

kundanapu bomma bhaavalaku

pranam posinindi nii kalayika..

paruvala vennelalu kurusthundaga,

kokilamma kilakilalu koosthundaga,,

jaladharalu jala jala jaruthundaga,

chakkati cheera kattina kundanap bomma,

chekkillu erupekkelaa siggu padthundaga,,

thelisindi,,

thana rajakumarudu rekkala gurramtho eduraiyyadani!!!

malgudi kathala venukunna,

mukku hasyam chebuthundi,

dhani maduryam entho,

panjaramlo unna

pavuram chebuthundi,,

dhani chedu ghaada emito,

premincha badina manasu chebuthundi..

premaloni prathyekatha emitoo!!!

NITHO NINDINA KSHANALU

Na ishtem

na prema

na pichi

thudivaraku nithone,,

na anukshanam nithone nindipoindi,

nenu cheppe nijam

nammalenide kavachu..

kani na kalla mundu

roopamaey nuvvainappudu

kanti reppa kuda...

vedana peduthundi,

reppa kottadaniki!!

na gunde chappude,

nuv inappudu,

aa vinkidi nuv

vinalani adi dani,

chappudunu ni kosam

vegam cheskuntundi!!!

muttukunte kandipoye buggalu,

ni sparsha kosam erupekkuthunnai!!!

evaraina thidithe vinaleni chevulu,

nuv thitte thitla kosam,

pichidanila edurchoosthunnaii!!!

gala gala matlade pedavulu,

ni mundu moogaboyii,

thanani thanu korukkuntunnaii,

chinni chinni adugulu vese paadalu,

nitho entha dooramaina,

nadavataniki aaratapaduthunnaii,,

inni sangarshanalu okka prathyekamaina,

prema valla oche pichey ithe,

nuv naku chacheantha pichii!!!

BHANDHANIKI ANDHAM

Haiga unde premalo,

doodhi lanti manasu,

chiru buru lade noru,

chatuga dagi choose choopulu,,

dharulu veraina,

kalisey vese adugulu,

bhandhanni andanga marche pramanalu...

entha adbuthamoo kada,,

ade haiga unde premalo,

manasunu hatthukune chilipi kalalu,,

saradalu chesey chinni chinni kaburlu,

prathi roju chivari rojula kalisi,

gadipey kshanalu,

entha madhuramoo kada...!!!

OKA CHINNA SORRY
[kshamapana]

Nuv sorry cheppina deggarnunchi..

cheppaleni oo vedana,,

nee kannullo neeru choosthe,

samudramloni alalla..

ponguthundi na kanti neeru!

ninnu badha pettina,

prathisari nalo edo theliyani alajadi,,

nuv na kosam thapinchina,

prathi nimishamlo nilo,

nannu nenu choosukunnanu!

na chirakutho ninnu,

chiiii kottina,

na thondarapatutho ninnu,

ibbandhi pettina,

nithone na prathi kadalika,,

nenu gillikajjalu aadina,

nee meeda arichina,

bujjaginchalanna,

garabam choopaalanna,

alagalannaa,

aadukovalanna..

nuvve..nithone!!!

NITHO CHALA CHEPPALI

Nuvve na prapancham,

nuvve na jeevitham,

nuvvu leni lotu evvaru,,

enadu theerchalenidi,,

na gundeku thalupulu therichanu..

neeku goodu kattalani,,

theepi palukulu pedallo nimpanu,

nitho kaburlu enno cheppalaniii,,

chii padina, chiraku padina,

enatikaina nuvve na vadivi!

raagaalu ennaina,

sarigamalu okkate,,

paatala vivaranalu ennaina,

premaki unna ardam okkate,,

aksharalu ennaina,

prema padam okkate,

manasulu rendaina mana,

manasula kadalika okkate!!!

NINNU CHUDALI ANE AARATAM

Alupeylenii premaloo,

alaluga ponge prema,

ninnu kalusukovalani,

aartapaduthundii,,

pachani pairu ni oosulanii,

na chevilo gala gala mogisthundii,,

yerraga erupekkina aa sooreedu,

nee kalalanunchi nannu,

melkolputhunnadu,,

ninnu choodaleni okkokka nimisham,

nakoka yugam,

yugalu ennainaa kavochu kanii...

ni paina nakunna prema,

enni yugalaina tharaganidi,

naku nee painunna premaki,

chavu antu unte dhaniki,

konni yugaalaina saripovu!!!

NUVVU NAKU ANDHAM

Kallaku kaatuka andham,

cheekatiki vennala andham,

pedhaviki chirunavvu andham,

nuvu na thodai unte naku andham,,

nuv ye aadapillatho matladinaa,

theliyani aasuuya,

nuv yevvarininaina nakanna,

ekkuva ishtapadina,

theliyani manovedana,,

nitho unna samayam madhuram,

nitho godava padina kshanalu madhuram,,

nitho chesina allari madhuram,

nitho godava padina nimisham madhuram,,

ninnu hatthukuney kshanam,

oo adbutham,,

nitho gadichina gnyapakalu,

oo adbutham,,

nitho aligi bujjaginchukune,

aa kshanam adbutham,,

nitho kalisi badhanu,

panchukovadam maro adbutham,,

saradhalaku,sarasalaku,,

haddulantu leni prema manadi,,

ni cheyyi pattina nati nunchi,

chachevaraku ninnu vadalanu!!!

ENTHA VARNINCHINA THAKKUVE

Nii gurinchi entha,

varninchalanna thakkuve,

ni prema gurinchi entha,

theliyajeyyalanna kashtame,,

ni prathyekathanu chaatimpu,

cheyyalanna matalu saripovu,,

ni velugunu prapanchaniki,

choopalanna aa manmadhude,

kullukuntademoo,,

nilo saga bhagam avvalante,

entha etthu edagalo,

naku theliyadu kanii,,

nakosam okko alwatuni,

okko mettuga chesukoni,

digochina ninnu entha,

varninchalanna naa...

sambhashana ninnu,

sarithoogaledemoo!!!

PALUKUTHUNNA BHAAVAM

Nenu velle prathi chota,

nuvvai kanipisthunnavu,,

chuttu velugey unna,

ni velugutho chuttu,

reyii ipothundii,,

nii kaipekkinche choopulatho,

na kannulloni bhavam,

palukuthundii,,

ni matthekinche svaram,

nannu nenu marichelaa,

chesthundii

ni perutho na pedavulu,

thiyyaga avuthunte,

buggalu matram,

siggu paduthunnai,,

na manasu lo ni bhavam,

palukuthundii,ninnu chusii,,

kalam kaduluthundii,

na kannullo ni roopam,

dhachukonii,,

kavitha munduku saaganantundhi,

ninnu varninchaleka,

mana katha yenaatiki,

adugaapanantundhi,,

shajahaney undunte ni,

premaki dhasuddaiyyevademo,

laila majunu undunte ni,

premaki thalonchevademoo,,

aa deviparu nuv choopinche,

premaki salaam kottevaremo,,

prema ane pavitra mataki,

ardham antuu unte adi,

nithone modhalavvalii...!!!

NEE VENTA NENUNTA

Na thodai nuv leni,

enno rojulu, enno gantalu,,

ni alochana lekundane,

brathikesanu,,

ippud nenu nii danini,

ani thelisaka okka nimisham,

kuda ninnu thalachukokunda,

undalekapothunnanu...!!!

prema anedi oka andamaina,

marapuleni mayajalam ithe,

nannu ni vaipu thippukunna,

nuvvu kuda oka adbutham,

ani neeku theliseyla elaa,

cheppanuuu,,,

na manasu ni kosam,

anthulenantha thapinchipothundii,

nuv oppukunte,

ni chitikenavelunu pattukoni,

nitho yedadugulu vestha,,

ni badhalo,ni santhoshamlo,

chivarikaraku nii thodai adugestha,,

aa parvathi parameshvarulu,

saga bhagamai unnattu,

nilo saganni panchukuney,

adrushtanni ee jhanmaki,

nakisthavaa??

ni needalaa ni prathi,

alochanalo neetho unta,

nee kalalanu nuvvu,

jayinchadamlo ni venta,

nenosthanuuu!!!

VARUDU NUV AVVAGAA

Jaarina naa manasey,

ninney chereynu nedu neekaii,

varudey nuvvai dorakaga,

vennala kurisina nimishanaa,

neekai veychenu ontariga,,

na jantaga nuvvu undaga,

sigguke siggu puttindii,,

priya priyatama ane,

kavithala ardhalu theylisaii,,

vinna prathi paataa,

manakai rasenemoo aniii,,

choosey prathi chitram mana,

katheynemo ane bhaavana,,

naloo modalavuthundii!!!

NUVVU ANE PADAM

Ni parichayam oo avasaram,,

ni sneham oo adbutham,,

nitho prema oo varam,,

selayerula saage naa kannitiki,

avasaram nii prema,,

naloni vishwamantha vishwasam,

choopataniki kavali ni manasu,

bhandhanni bhadyathaga chesi,

aa bhandaniki peru pettadaniki,

kavali nuvvu,,

nuvvu ane padam,

rendu aksharalu kadu,

nuvvu ante oo nammakam,

nuvvu ante oo dhairyam,,

nuvvu ante oo bhadyatha,

nuvvu ante anthulenii,

anuragam,prema,

aapyayatha!

nuvvu ane padam nadi,

yenatiki nannu,

maruvaku, vadalaku,

nuvvu lenidhey nenu lenu!!!

YEDURUCHOOSEY PRATHI KSHANAM

Kavithalu ammailthone,

modalavuthai anukunna,

ninnu choosakey thelisindhi,

abbailani kuda anthulenantha,

pogadochu anii,,

ninnu pogadalante,

kalam kuda kadalatledu,

ninnu varninchaleka,

ninnu mechukovalanna,

matala maduryam saripodhu,,

anukoni kshanamlo,

naku eduraiyyavu,,

anukoni vidanga,

naku deggaraiyyavu,,

anukoni sangatanatho,

nannu kalisi,

adupuleni anubhandhaniki,

cherukunnamu!!!

nitho rojantha matladina kuda,

inkonni gantalu mana kosam,

migilunte bagundu anipisthundii,,

ninnu rojantha choosina kuda,

inka kallaara choodali anipisthundii,

nitho kalisi entha allari cheshina,

alupey radu,,

yenni kshanalaina nikosame edurchoostha,,

yenni yugalaina nuvvey na pranam!!!

SWARDHAM

Swardham ante theliyani naku,,

swardham puttinchavu,

nii paina prematho,

nadi ani anadame theliyani,

naku nuvvu na vadivi,

anela chesavu,,

mabbullo harivillula,

jalluloni pulakinthalaa,,

nippuputte choopulatho,

jaaluvarey maatalatho,,

mellaga nannu nii vaipu thippukunnavu!!

nii metthanaina manasutho,

manushulni hatthukupothavuu,,

niloni sneham samudram antha,

niloni orpu uppenantha,

niloni aagraham alala lantidi,

nuv choopinche prema,

prapanchanne nikosam,

dasulni chesthundii!!!

MATALA MAADURYAM

Mana iddari kaliyakatho,

matalu madhuram avuthaii,

mounam moogabothundii,

saradalu sandhadi chesthaii,,

sarasaalu saralam avuthaiii,,

dhooram cheruvakadu,

deggara veedipodhu,,

ni bhandhaniki bhandinaii,

bhandavyalanu bhadyathagaa,

anusaristhanuu,,

mana madyalo,

kopam kallumoosthundii,

chiraku chirunavvavuthundii,,

alochanalu anthamouthaiii,,

kanneeru kanumarugauthundii,,

vayasu ulikkipaduthundii,

oohalu oopiri avuthaiii,

siggu shithilam avuthundii,,

samayam saagipothundii,,

premichina neekai,

parugulu theesthaanu,

ni chuttu unde prapanchanni,

prematho angeekaristhanuu!!!

PREMA....ANTHAKU MINCHII

Premanu varninchadaniki,

prema ane rendu,

padaalu saripovemoo,,

mana madya prema nii...

nuvu varninchagalavaa?

nenu matram,

mana premanu..

varninchagalanemo anukunna,

kanii...adi anthaku minchii,

ani thelusukunnanuuu,,

na premakii,

nuv vechina,

konni gantalu,

oo maduram,

adi thelisi,

na gundello modalaina,

aa nishhabdam,,

oo maduram,

nannu nene marachii,

nii gurinche alochinchina,

aa nimisham,

oo maduram!!!

nannu kalusukovalaniii,

nuv choopinchina,

aa aathrutha..

ninne kallalo,

nimpukovalani ninne,

choosina kshanam,,

naku nuvvu,

jagrathalu cheppe,

aa maatalu,,

anni oo maduram,,

nitho yedadugulu,

veyyalaney thapanatho,

gadipina aa rojulu...

oo maduram,,

nuv alisipoii kudaa,

natho theepi kaburlu,,

cheppina aa kshanam..

oo maduram,,

nitho matladani roju,

ni meeda choopina,

alaka oo maduram!!!

NITHO NADICHEY NEEDA NADEY

Ninnu choodaga kalley merisey,

ninnu choosina tharuname marachii,,

gadiya gadiya oka gantaga marii,

alalu alaluga sandrame pongi,

na prathibimbamey nikaii choodaga,

neekaii nene vethukuthundagaa,,

neevaipey ney saaguthundagaa,

nii kalley nanuu laaguthundagaa,,

takkuna edurai cheppinaavuga.....

nee jatha katte vadnni neney anii...

nitho nadichey needa nadey ani!!!

ADUGEY KADILEY

Dil he haii merii,

lekin nitho fill iyii poindii,,

day antha nii oohallo,

munigii neekaii vechundii,,

taka taka taka ani thalupey thadithey,,

chaka chaka chaka ani aduge kadileyy,,

nithone nithone na nimisham nithone,

neethodaii neethodaii adugestha nii venteyy!!!

merii hai thu meri jaana nithone unta,

meri haii thu meri jaana ni kosam choostha,,

dhada dhada dhada dhada gunde adirey,

tapa tapa tapa tapa reppalu kottukuney,,

kshaname nitho kaliseyy...

vayase neekaiii parugulu theeseynuleyyyy!!!

ANWESHANA, AARAATAM

Kaatuka pettina,

kallu koruthunnaiii,

orakanta choosey aa,

varudu yekkadanii,

rangu poosey,

pedavulu koruthunnaii,

aa rangunu mayam chesey,

manmadhudu yekkadani,,

yerupekkina buggalu,

yedurchoosthunnaii aa,,

buggalo tholi siggunu,

nimpina vadu kanaraledanii,,

neekaii ney vechi choosey,

anweshna naloni,

athruthanu penchuthundii,,

kani ade nuvvu eduraiathe,

nalo cheppalaeni alajadi,

thattukolenantha anandam ina,,

ninnu suutiga choodalenantha siggu,,

gaba gaba matlade matalni,

gonthulone aapesey anandam naadii,,

inni nikosam vethukuthundaga,,

buggana chukka matram,

ashaga choosthondhi nuv,

na pakkana yeppudu,

nilabaduthavoo aniii!!!

GODAVA

Ninnu kopamga choosina,

aa choopu abaddham,,

danilo dagi unna,

na badha nijam,

nitho chiruburu ladina,

pedavi abaddham,

dhantho andanga nii peru,

pilichina kshanam nijam,,

ninnu chivatlu pettina,

naluka abaddham,

dantho kshamapana adigina,

aa nimisham nijam,,

nitho aligina kshanam abaddham,,

dani venukana nuvvu,

nannu bujjaginchaali,

ane alochana nijam,,

ninnu po anna mata abaddham,,

nannu ontariga odiley,

ane mata abaddham,,

natho matladaku anedi abaddham,,

nannu choodaku anedi abaddham,,

ivanni abaddhale inaa,

neeku yenatiki abaddham,

cheppani na kallu matram,

nijammm

kalakaalam nii meeda,

pathilangaa dachukuney,

na prema matram nijamm!!!

OOHALU OOPIRI INA NADU

Nuditina kumkuma neevaii,

nalo odigavuu thodaii,

neelo sagamey neynantu,

natho nadichavu needaii,

chukkaltho nindina cheekatilaa,

vennalney nimpukunna chandrudilaa,

aashlney anthethuga chesukonii,

anuvanuvuna nii,

oohalney nimpukunnanuu,,

nikosam alochinche prathi,

gadiya neeku matrame,

ankitham ani neeku ela theylupanu,,

nikosam nenu vechi choosey,

kshanalu enno,,

na chuttu unna prapanchanney,

marachi nitho gadipina,

kshanaley nimpukunna madilo,,

ni gnyapakalu na manasulo,

yenatikaina pathilamey,,

yeppatikaina naa needa,

ninnu veedipovachemoo,

kani na manasu..danilo,

unna ni guruthulu yenni,

samvatsaralakaina,,

cheruganivi, cherupalenivii!!!

NINNU GURTHUCHESTHUNNA THARUNAM

Addamlo nannu nenu,

choosina nuvvey gurthosthunnavuu,

andanga nannu nenu,

maarchukuntunna nuvve,

gurthosthunnavu,,

na anandamlo nuvvey,

na avedanalo nuvvey,

na prathyekathalo nuvvey,

na prathibhalonu nuvvey,,

nuvvu nenu antuu,

neney nuv avuthunnanuu,,

na momupai navvosthey,

nuv natho gaduputhunna,

kshanala valla anipisthundii,

ade momupai kanneeru,

modalavuthe nuv dooram,

avvadam valla anipisthundii,

ye jantanu choosina nuvvey,

gurthosthunnavuu,

ye sparsha nannu thagilina,

nuvvu ithe baunduu anipisthundii!!

nuvvu naku entha gurthosthunnavoo..

inthakanna theliyajeyadam na valla kadu

anukunta....

ee gadiyaramloni prathi gadiya ninne gurthujesthundiii!!!

NINNU GELICHINA CHEYLIMII

Ninnu gelichina kshanam nadiga,

nitho ika unta thoduga,

aa mohamatam, aa aaratam,

nitho chelimey kalige varakey,

ninnu cherukuney varakey,

na dhaarii dhookuthundii,

na gamyam genthesthundii,,

thitte thitlu gammathuga anipisthunnnaiii,,

ninnu preminchey na manasuku..

haddulu nerpaleynu,,

ni gurunchey thapinchipoye,

na alochnalaku,

anthunu nerpalenu!!!

MAIMARACHINA CHINNI PADAM[NENU]

Kantiki nidura lekapothey..

24 gantalu ni oohalloo,

munigipoyedhannemoo,,

na kaallaku alasata antuu..

undakapothey nitho,

konni maillu nadicheyvemoo..

pedavulaku alupu lekapothey..

nitho anthulenantha matladevemoo..

kuncheyetho geesey bomma,

needi avuthundii,

premaga pilichey peru

needi avuthundii,,

kallu moosthey ni gynapakalu,

kallu theyristhey ni kosam anweshana,

kanti eduta leni nikosam,

kanta thadi oche kshanalu ennoo,,

aakattukune hamsa,

aruduga chikke pavuram,

aakarshinchey nemalii,

entha choodachakkanivoo..

neevu naakai puttavu,

ani thelisi nannu nenu,

maimarachina kshanam,

antha choodachakkanidi!!!

DARIKI CHEYRINA DHOORAM

Ni nunchi dooranga,

unna na pranam,

nimishaniki enni sarlu,

ninnu thalachukuntundoo,,

nuvve lokam anukunna naku,

nee needalo ika naku chotu,

ledani theylisina nadu,

na avedana ento cheppana!!!

na parichyam modalaindi nitho,

nalo paravasham modalaindi nitho,

natho nake yuddham modalaindii nitho,

nalo nakey chotivaddam maravatam..

modalaindi nitho,,

nitho enno gammatthulu..

enno giliginthalu,,

gamyanni cherukovalanukunna nitho,

gathanni marachipovalanukunna nitho,

kalalu kalathalu kavemo anukunna nitho..

kalam kavithalni aapademo anukunna nitho,

chivari varaku cheruvai unta anukunna nitho,,

cheragani chirunavvunautha anukunna nitho,,

chivaraku....

cheripina cherugani cheydhu anubhuthiga..

migilipothunna nitho!!!

PREMA KATHA

Kathalu kathaluga vinna,

prema kathalenno,,

prema padam thappa,

prema viluva theyliyani naaku,

prema ruchi choopinchavu,,

em chesaavo theyliyadu,

emaindoo gurthuledu,

kalla mundu em jaruguthunna,

moogabothunna,

nii mooga premalo munigi,,

manasuku gaalam vesi,

maatala maayajaalamtho,

maaya chesi hatthukupothaavu,

prema ane meruputheega,

yeppudu modalauthundoo,

ekkada cheyi jaruthundoo,

yevariki theyliyani oo vintha gadha!!

ni premalo theyliyakundane,

theylipothunna nenu,

varudu neevai naa,

chenthaku cherey varaku,

vadhuvu nenaii,

neekai vechuntaa!!

moodumullatho mulla baatalo,

ina ni thodostha,

yedadugulatho yededu jhanmallo,

nilo sagamai unta!!!

ANTHULENI GNYAPAKAALU

Niku ukkupalu posina,

ammaney antha premisthey,,

ariche nanna painey aadamaravaka,

anthulenantha prema kuripisthuntey,

ninnu nirantharam aaradinchey,

pellaanni entha premisthavoo!!!

pachani pairu, veechey galii,

pandu vennala, palikey gorinka,,

chevilo ni peruney,

gala gala mogisthunnaiii,

gajjala savvadi...dhanni,

mechevallakey thelusthundii,

gaajulo gala gala dantho,

anubandham unteney theylusthundii,,

nee meeda erpadinadi,

premo emo maredoo,

naku theyliyadu kani,,

nitho chivarivaraku undalanipisthundii,,

nitho na gynapakalanu nimpukovalanundii,,

nithone na anukshanam gadapaalanundii,

nuv leni nenu,

nenu kademo anipisthundii,,

nuv choopinchey premaku....

dhasinaii, banisanaii,,

nithone undalanukuntunna!!!

NITHO NA CHIVARI ROJU

Oo prema ni nunchii dooram avuthunna eenadu,

ninnu hatthukupoye dhaarey kanumarugaindii....

nak eenaduu!!!

pranam padekkeyvaraku,

pudami poodcheyvaraku,

pade pade thalusthuuney unta ninnu,

jhanma jhanmalu jinkalla parugutheesthunnaa..

jagam erugina satyam ga

enni jhanmalakaina naa...

ee jhanma neekey sontham!!!

cheythi geetha marustha ani....

dharikochaavuu,,

kaani aa cheythirekheyy..

cheyrigipoye samayam idi,,

visuguga unde ee manasuki,

andamaina nuv sparshaga thodavagaa..

vidhiratha vyangyanga navvindi nannu choosii,

ni odilo odhigipoyi pasikoonalaa cheyreylopey..

na oopiri nannu odilil vellipothanantundii,,

ninnu andukovalanukunna,,

mailla dhooramlo unnappudu,,

aadamarusthunna adugu,

dhooramlo ventosthuntey...

veychundey prathi nimisham nikosam inappudu,

maataadey prathi maata ni gurinchainappudu,

ventochey naa needa nuvvaii,

veytadey na alochana nuvvaii,,

yeppatikaina pathilangaaney untavu na yedaloo..!!!

HAPPY BIRTHDAY

Neeku ninnu,

parichayam chesthanantuu,

ee vechani veduka,

nee dhariki cherukundii,,

neeku ninnu gurthucheyyalani,

aa theepi anubhavaalu,

nee venta parugutheesthunnaiii..

cheekati nikosam,

aashaga eduruchoosindii,

vennala ninnu cherukovalanii,

rathrantha aaratapadindiii,,

veechey gaali, palikey kilakilalu,

ni kanti merupu kosam,

vechi choosthu thanani,

thaanu maimarachipoyayii,,

neelo oche ee chilipi,

marpulu ni chirunavvu kosam,

thongichoosthunnaii,

vedukalu evainaa..

dharicherey dhagudumoothalu ennainaa,

dhigulunu dhinduga chesii,

dachipettey ee roju ni rojuu!!!

THANK YOU

Oohalakey rekkalu ocheney,

oopirikey oopiri kaliseyney,

sarigamalo maduram palikeyney,

padanisakey praanam poseyney,,

aakattukunnavaa..

nalo aashalnirepavaa,,

mithimeeripodamaa...

mana rangulni meetudhama,,

vekuva manalni veedey varaku,

vennela manalni chereyvaraku,

na kanti velugulo nuvvey nindi,

kalala vaipuga nanney nadaipi,

katuka kallaku kanthulanichii,,

kathavai, kalavai, kaviga nilachii,

kagithapu anchuna khalaanni petti,

kotii padaalanu kathaluga malachii,

kanti yeduruga nuvve nilachii,

velu patti ni yedadugulanii,

natho kalisi yedu jhanmalakii,,

panchukuntunna neekosamey naa pranam!!!

NITHO UNNA KSHANAM

Nitho thadabadakunda,

thaguvulaadey aa nimisham,

kalisi kaalaanni marachipoyii,

kathalu cheppe theerika,

veluthuruloney veylu,

veyluga kanna kalalu,,

ni peru palakadanikii,

pedavi padey chinna siggu...

kalayikatho naa kallalona,

merisey merupu,,

dooranga untuu kalusukovalanii,

gunde chesey aa alajadii,

kudhuruga undaleka kantii,

nunchi jaaluvarey jaladhaara,,

navvadam kosam naluvidhaluga...

chesey aa allarii,

chinnaga chilipiga matladey,

aa chiru chiru maatalu,,

kopaanni kandireegalaa poguttukuney,

aa aamayakathvam.....

inka ennenno....niloni adbuthaalu,

nannu nee vaipu thippukuntunnaiii!!!

HAPPY BIRTHDAY 2

Yenaatiki marachiponi ee roju,

yenthakaalamaina marapurani ee roju,,

kallaloni kalathalni maapi,

gundelloni gaadhanu aapi,

mohamu pai musi musi navvulanu..

kuripinchey ee roju...ni roju!!!

puruti noppulanu anubhavinchii,

amma andanga..

niku jhanmanichina roju!

nanna kannullo anthuleni,

anandam kanipinchina roju,

ninnu ninnuga andanga,

anandanga choopisthuu..

niloni prathyekathanu,

prathibanu prathi..

kshanam gurthuchesthuuu...

ni gnyapakaalaku..

arudu ledu ani theyliyajesthuu,

ni chenthaku cherina,

ee prathi kshanam,

ninnu thaduthuu..

marevvariki sontham kaani..

marenno madhura gaadhalanu,,

nitho panchukuntundhi!!!

NUV KANAPADANI THARUNAM

Nimisham gadavadhanukunna,

ni maata vinapadanappudu,,

nimisham kadaladhanukunna,

na vinikidi aaginappudu,,

na gundelloni badha,

nuv ekkada ani aduguthundaga..

na pedavulloni mounam,

nuv ye vaipu vellavu ani prashnisthundaga..

na kallu matram,

kantathadi peduthunnaiiii..

nii jaada kaanaraaka!!!

nipputendallo baitiki bayalderinaavuu,

sandhyakaalamaina intiki seralevu,

galli galli thiriganu,

gonthu aaripoyelaa edchaanu,

ganta...gantaki gundello bhayam,,

gada....gada vanikinche janam,

nuvvu leni nenu...lenantu,

nii rakakaiii eduruchoosthuuu...

eduruchoosthuuu pondhaanu maranam!!!

UPPENANTHA PREMA

Godava padina kshanam chinnadhi,

gaya padina nimisham peddadhi,

gundello dagina prema nijam,

kallalo dagina nijam....nijam,,

khalamki khaagithaaniki dooram perigindhi,

khalamki kadalika karuvaindhi,

khagithaniki katha karuvaindhi,,

preminchina kshanam nijamaithe,

guppedantha gundello...

uppenantha dagunna...

na prema nijam,,

kannitini kaarcheydi kanney ina..

aa kannitini aapalantey..

kantiki kanapadey prema chaalu!!

aa premey nuvvainappudu...

neevu na nundi ye rojukiii dooram kaalevu!!!

Aakarshinchey Arudhaina Maatalu - 1

1. Chinni chinni adugulatho,
   na cheyntha cheyrii,
   chivaraku chirakaalam ee chinni....
   gundello nilichipoyavuuu!!!

2. Neeku dhooramga unna,
   prathikshanam ninnu kalavaali,
   ane na athrutha peruguthundii,
   neeku deggaraga unna,
   anukshanam nithoney kalisi..
   undaali ane na aasha peruguthundii!!!

3. Ninnu cheyraganey...
   na gundey chesey chappudu anantham,
   ninnu choodaganey...
   na kallu chesey nishabdham..
   marooo adbutham!!!

4. Mrudhangaalu eduraii moguthundagaa..
   mudi vesina bhandham jaaruthundagaa..
   gundellonii bedhuru, kallalo kanabaduthundagaa..

kantinundi jaarey, kantathadi koruthunddhii...
thanani veedi velloddhanii!!!

Aakarshinchey Arudhaina Maatalu - 2

1. Nuvvu naaku matramey kaavali anukuneydhi..

     swardhamey ithey..

     nuvvu nadichey yedaduguluu...

     naku matramey kaavali anukuneydhi

     swardhamey ithey..

     nilo sagamai ni bharyagaa ni bhadanu, bhadyathanu

     panchukovaali anukovadanni yemantaaru??

     prema?? swardhamaa??

2. Aadukuney thuuneega vayasu nundi,

     aadugaagey thudhi kshanm varaku,...

     nee thodaii neethoney nenunta!!!

3. Nuvvantey ishtam kadu pichi prema!

     Ishtam ante...

     maaripothundii,

     marachipothundii,,

     mayamouthundii!!!

     prema ante...

     kaalam kadipina kadalanidii,

     cheyripina cheyruganidhi,,

     charithrakey cheyruvadhii,,

andukey nuvvantey naku pichii prema!!!